Impressum
Verlag: BABADADA GmbH, Nedderfeld 112 , 22529 Hamburg
Geschäftsführer / Verlagsleitung: Harald Hof
Druck: Books on Demand GmbH, In de Tarpen 42, 22848 Norderstedt

Imprint
Publisher: BABADADA GmbH, Nedderfeld 112 , 22529 Hamburg, Germany
Managing Director / Publishing direction: Harald Hof
Print: Books on Demand GmbH, In de Tarpen 42, 22848 Norderstedt, Germany

AF188968

школа

โรงเรียน

класна кімната
ห้องเรียน
ділити
หาร
186/2
дошка
กระดาน
шкільний двір
สนามโรงเรียน
вчитель
ครู
папір
กระดาษ
писати
เขียน
ручка
ปากกา
письмовий стіл
โต๊ะทำงาน
лінійка
ไม้บรรทัด
книга
หนังสือ
учень
นักเรียน

ранець

กระเป๋าหนังสือ

пенал

กล่องดินสอ

олівець

ดินสอ

точило

กบเหลาดินสอ

гумка

ยางลบ

альбом для малювання

สมุดวาดภาพ

малюнок

ภาพวาด

пензель

พู่กัน

коробка фарб

กล่องสี

ножиці

กรรไกร

клей

กาว

зошит

สมุดแบบฝึกหัด

домашнє завдання

การบ้าน

число

ตัวเลข

додавати

บวก

віднімати

ลบ

множити

คูณ

рахувати

คำนวณ

літера

ตัวอักษร

абетка

อักษรพยัญชนะ

слово

คำ

текст
ข้อความ

читати
อ่าน

крейда
ชอล์ก

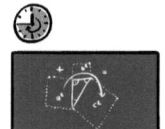

година
บทเรียน

класний журнал
ลงทะเบียน

екзамен
การสอบ

диплом
ใบรับรอง

шкільна форма
ชุดนักเรียน

освіта
การศึกษา

лексикон
สารานุกรม

університет
มหาวิทยาลัย

мікроскоп
กล้องจุลทรรศน์

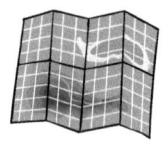

карта
แผนที่

кошик для паперу
ตะกร้าใส่เศษกระดาษที่ไม่ใช้แล้ว

подорож

การท่องเที่ยว

турбаза
обмінний пункт
สำนักงานแลกเปลี่ยนเงินตรา
валіза
กระเป๋าเดินทาง
автомобіль
รถยนต์

мова

ภาษา

так / ні

ใช่/ไม่ใช่

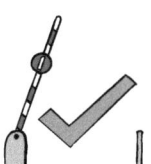

добре

ตกลง

привіт

สวัสดี

перекладач

นักแปล

дякую

ขอบคุณ

Скільки коштує ...?

ราคาเท่าไหร่...?

Я не розумію

ฉันไม่เข้าใจ

проблема

ปัญหา

Добрий вечір!

สวัสดีตอนเย็น

Доброго ранку!

สวัสดีตอนเช้า

На добраніч!

ราตรีสวัสดิ์

До побачення

แล้วพบกันใหม่

напрямок

ทิศทาง

багаж

กระเป๋าเดินทาง

сумка

กระเป๋า

рюкзак

กระเป๋าสะพายหลัง

гість

แขก

кімната

ห้อง

спальний мішок

ถุงนอน

намет

เต้นท์

уристична інформація

ข้อมูลนักท่องเที่ยว

пляж

ชายหาด

кредитна картка

บัตรเครดิต

сніданок

มื้อเช้า

обід

มื้อกลางวัน

вечеря

มื้อเย็น

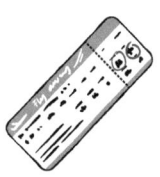

квиток

ตั๋ว

ліфт

ลิฟต์

поштова марка

แสตมป์

межа

พรมแดน

митниця

ภาษีศุลกากร

посольство

สถานทูต

віза

วีซ่า

паспорт

พาสปอร์ต

транспорт

ขนส่ง

літак
เครื่องบิน
корабель
เรือใหญ่
пожежна машина
รถดับเพลิง
автобус
รถโดยสารป
вантажний автомобіль
รถบรรทุก
моторний човен
เรือยนต์
велосипед
จักรยาน/จักรยานยนต์
автомобіль
รถยนต์

пором

เรือข้ามฟาก

човен

เรือ

мотоцикл

รถจักรยานยนต์

поліцейська машина

รถตำรวจ

гоночний автомобіль

รถแข่ง

автомобіль на прокат

รถเช่า

ьне користування авто

การแบ่งกันใช้รถยนต์

евакуатор

รถลาก

сміттєвоз

รถขยะ

двигун

เครื่องยนต์

паливо

เชื้อเพลิง

автозаправна станція

ปั้มน้ำมัน

дорожній знак

เครื่องหมายจราจร

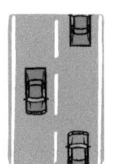

рух

การจราจร

затор

การจราจรติดขัด

стоянка

ที่จอดรถ

вокзал

สถานีรถไฟ

рейки

รางรถไฟ

потяг

รถไฟ

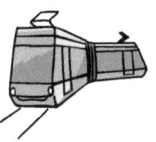

трамвай

รถราง

вагон

ตู้รถไฟ

гелікоптер

เฮลิคอปเตอร์

аеропорт

สนามบิน

вежа

หอคอย

пасажир

ผู้โดยสาร

контейнер

ตู้บรรจุสินค้า

коробка

กล่องกระดาษ

візок

รถเข็น/รถลาก

кошик

ตะกร้า

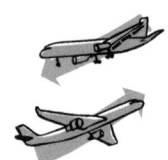

стартувати / приземлятися

บินขึ้น/ ลงจอด

місто

เมือง

село

หมู่บ้าน

центр міста

ใจกลางเมือง

дім

บ้าน

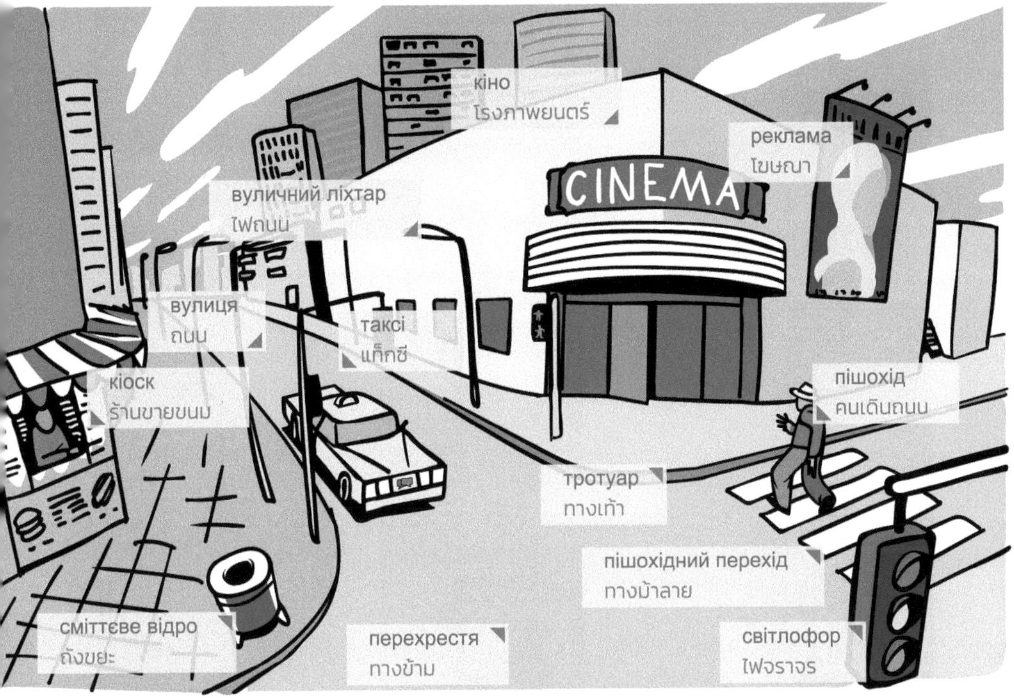
кіно
โรงภาพยนตร์
CINEMA
реклама
โฆษณา
вуличний ліхтар
ไฟถนน
вулиця
ถนน
таксі
แท็กซี่
кіоск
ร้านขายขนม
пішохід
คนเดินถนน
тротуар
ทางเท้า
пішохідний перехід
ทางม้าลาย
сміттєве відро
ถังขยะ
перехрестя
ทางข้าม
світлофор
ไฟจราจร

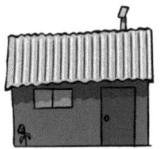

хатина

กระท่อม

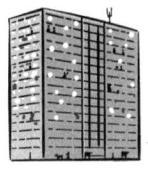

квартира

แฟลต

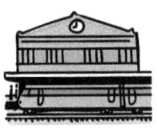

вокзал

สถานีรถไฟ

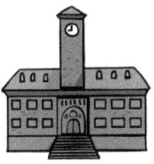

ратуша

ศาลากลางจังหวัด

MUSEUM

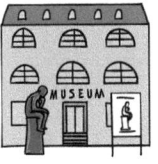

музей

พิพิธภัณฑ์

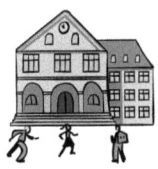

школа

โรงเรียน

університет

มหาวิทยาลัย

банк

ธนาคาร

лікарня

โรงพยาบาล

готель

โรงแรม

аптека

ร้านขายยา

офіс

สำนักงาน

книжковий магазин

ร้านขายหนังสือ

магазин

ร้านค้า

квітковий магазин

ร้านขายดอกไม้

супермаркет

ซูเปอร์มาร์เก็ต

ринок

ตลาด

універмаг

ห้างสรรพสินค้า

торговець рибою

ร้านขายปลา

торговельний центр

ศูนย์การค้า

гавань

ท่าเรือ

парк

สวนสาธารณะ

лава

ม้านั่ง

міст

สะพาน

сходи

บันได

метро

รถไฟใต้ดิน

тунель

อุโมงค์

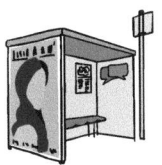

автобусна зупинка

ป้ายรถเมล์

бар

บาร์

ресторан

ร้านอาหาร

поштова скринька

ตู้ไปรษณีย์

вулична табличка

ป้ายชื่อถนน

лічильник паркування

มิเตอร์เก็บค่าจอดรถ

зоопарк

สวนสัตว์

басейн

สระว่ายน้ำ

мечеть

สุเหร่า/มัสยิด

ферма

ฟาร์ม

забруднення навколишнього середовища

มลพิษ

кладовище

สุสาน

церква

โบสถ์

дитячий майданчик

สนามเด็กเล่น

храм

วัด

ландшафт

ภูมิประเทศ

листок
ใบไม้

вказівний стовп
ป้ายบอกทาง

шлях
ทาง

луг
ทุ่งหญ้า

камінь
ก้อนหิน

мандрівник
นักเดินทางไกลด้วยเท้า

дерево
ต้นไม้

річка
แม่น้ำ

трава
หญ้า

квітка
ดอกไม้

долина

หุบเขา

гора

เนินเขา

озеро

ทะเลสาบ

ліс

ป่า

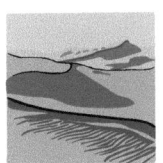

пустеля

ทะเลทราย

вулкан

ภูเขาไฟ

замок

คฤหาสน์

веселка

รุ้งกินน้ำ

гриб

เห็ด

пальма

ต้นปาล์ม

комар

ยุง

муха

แมลงวัน

мурашка

มด

бджола

ผึ้ง

павук

แมงมุม

жук

แมลงปีกแข็ง

жаба

กบ

вивірка

กระรอก

їжак

เม่น

заєць

กระต่ายป่า

сова

นกฮูก

птах

นก

лебідь

หงส์

кабан

หมูป่าตัวผู้

олень

กวาง

лось

กวางมูส

гребля

เขื่อน

вітряк

กังหันลม

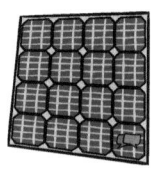

сонячний модуль

แผงโซล่าเซลล์

клімат

สภาพอากาศ

ресторан

ร้านอาหาร

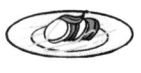

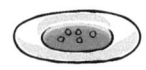

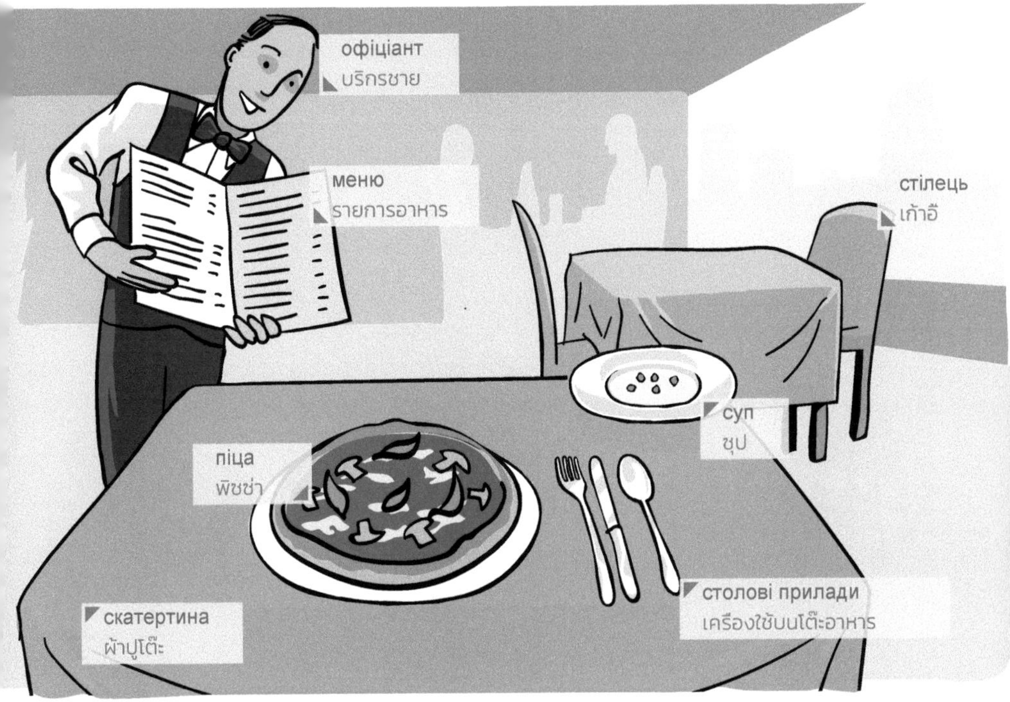
офіціант
บริกรชาย
меню
รายการอาหาร
стілець
เก้าอี้
суп
ซุป
піца
พิชซ่า
столові прилади
เครื่องใช้บนโต๊ะอาหาร
скатертина
ผ้าปูโต๊ะ

закуска

อาหารเรียกน้ำย่อย

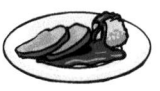

друга страва

อาหารจานหลัก

десерт

ของหวาน

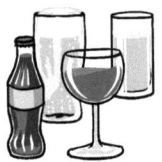

напої

เครื่องดื่ม

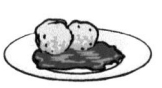

їжа

อาหาร

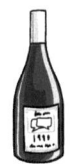

пляшка

ขวด

фаст-фуд

อาหารจานด่วน

вулична їжа

ร้านข้างถนน

чайник

กาน้ำชา

цукорниця

โถใส่น้ำตาล

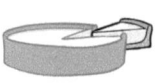

порція

ส่วนแบ่งอาหารสำหรับหนึ่งคน

еспресо-машина

เครื่องชงกาแฟเอสเปรสโซ่

високий стільчик

เก้าอี้สูง

рахунок

ใบเสร็จ

піднос

ถาด

ніж

มีด

вилка

ส้อม

ложка

ช้อน

чайна ложка

ช้อนชา

серветка

ผ้าเช็ดปากบนโต๊ะอาหาร

склянка

แก้วน้ำ

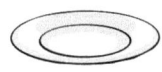

тарілка

จาน

тарілка для супу

จานซุป

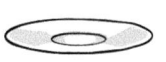

блюдце

จานรอง

соус

ซอส

солонка

กระปุกเกลือ

млин для перцю

กระปุกบดพริกไทย

оцет

น้ำส้มสายชู

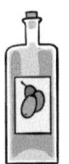

масло

น้ำมันที่ใช้ปรุงอาหาร

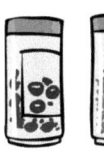

специї

เครื่องเทศ

кетчуп

ซอสมะเขือเทศ

гірчиця

มัสตาร์ด

майонез

มายองเนส

супермаркет

ซูเปอร์มาร์เก็ต

ข้อเสนอพิเศษ
FOR
клієнт
ลูกค้า
молочні продукти
ผลิตภัณฑ์ที่ทำจากนม
фрукти
ผลไม้
візок для покупок
รถเข็น

м'ясний магазин

ร้านขายเนื้อ

пекарня

ร้านขายขนมปัง

зважувати

ชั่งน้ำหนัก

овочі

ผัก

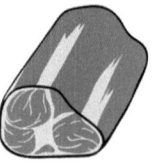

м'ясо

เนื้อ

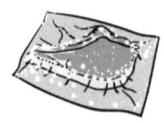

заморожені продукти

อาหารแช่แข็ง

ковбасна нарізка

อาหารเนื้อตัดเย็น

консерви

อาหารกระป๋อง

пральний порошок

ผงซักฟอก

солодощі

ขนมหวาน/ลูกกวาด

предмети домашнього побуту

ผลิตภัณฑ์ในครัวเรือน

мийний засіб

ผลิตภัณฑ์ทำความสะอาด

продавщиця

พนักงานขายหญิง

каса

เครื่องคิดเงิน

касир

พนักงานจ่ายเงิน

список покупок

รายการซื้อของ

часи роботи

เวลาเปิดทำการ

гаманець

กระเป๋าสตางค์

кредитна картка

บัตรเครดิต

сумка

กระเป๋า

поліетиленовий пакет

ถุงพลาสติก

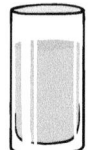

напої

เครื่องดื่ม

вода

น้ำเปล่า

сік

น้ำผลไม้

молоко

นม

кола

โค้ก

вино

ไวน์

пиво

เบียร์

алкоголь

แอลกอฮอล์

какао

โกโก้

чай

ชา

кава

กาแฟ

еспресо

เอสเปรสโซ่

капучіно

คาปูชิโน่

Їжа

อาหาร

банан

กล้วย

яблуко

แอปเปิล

апельсин

ส้ม

кавун

เมลอน

лимон

มะนาว

морква

แครอท

часник

กระเทียม

бамбук

ต้นไผ่

цибуля

หัวหอม

гриб

เห็ด

горішки

ถั่ว

локшина

ก๋วยเตี๋ยว

спагеті

สปาเก็ตตี้

рис

ข้าว

салат

สลัด

картопля фрі

มันฝรั่งทอด

смажена картопля

มันฝรั่งทอด

піца

พิซซ่า

гамбургер

แฮมเบอร์เกอร์

бутерброд

แซนด์วิช

шніцель

ชิ้นเนื้อไร้กระดูก

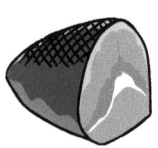

шинка

แฮม

салямі

ไส้กรอกแห้งซาลามิ

ковбаса

ไส้กรอก

курка

ไก่

печеня

ย่าง/ปิ้ง

риба

ปลา

вівсяні пластівці

....

โจ๊กข้าวโอ๊ต

мюслі

....

ธัญพืชอบกรอบ

кукурудзяні пластівці

....

คอร์นเฟล็ค

борошно

....

แป้งทำอาหาร

круасан

....

ครัวซองค์

булочка

....

ขนมปังสโคน

хліб

....

ขนมปัง

тостовий хліб

....

ขนมปังปิ้ง

печиво

....

บิสกิต

масло

....

เนย

сир

....

นมข้น

пиріг

....

เค้ก

яйце

....

ไข่

яєчня

....

ไข่ดาว

сир

....

ชีส

морозиво

ไอศกรีม

цукор

น้ำตาล

мед

น้ำผึ้ง

мармелад

แยม

нуга-крем

ช็อกโกแลตครีมสเปรด

карі

แกงกะหรี่

ферма
ฟาร์ม

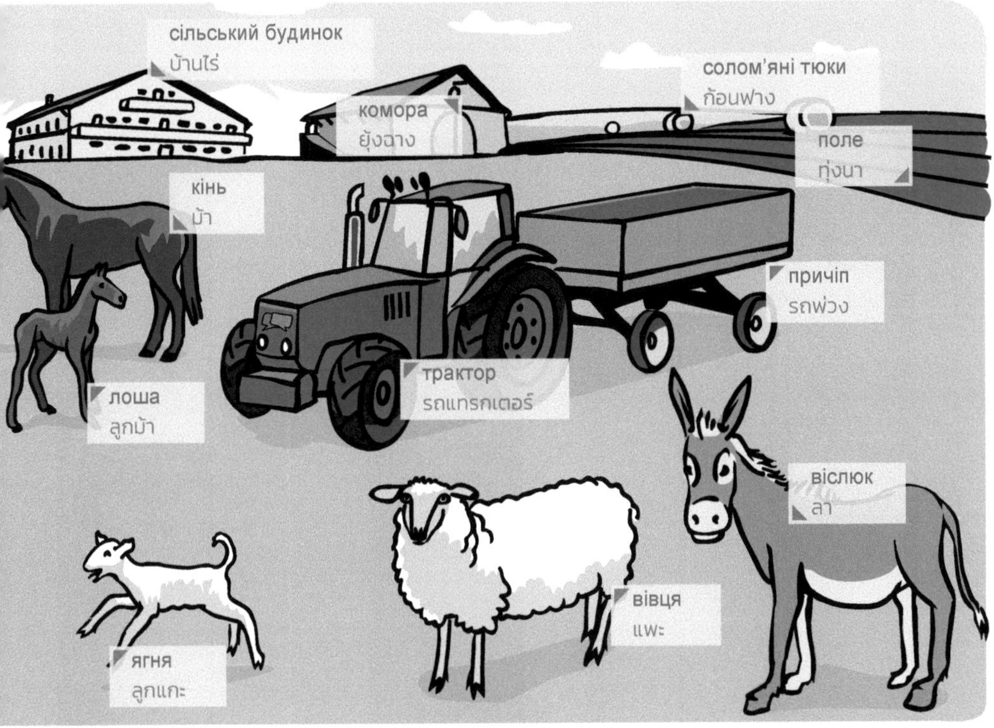

сільський будинок
บ้านไร่
комора
ยุ้งฉาง
солом'яні тюки
ก้อนฟาง
поле
ทุ่งนา
кінь
ม้า
причіп
รถพ่วง
трактор
รถแทรกเตอร์
лоша
ลูกม้า
віслюк
ลา
вівця
แพะ
ягня
ลูกแกะ

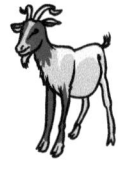

коза
แพะ

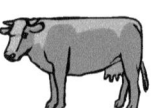

корова
วัวตัวเมีย

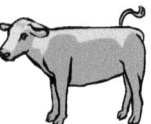

теля
ลูกวัว

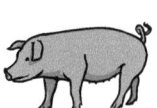

свиня
หมู

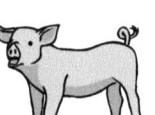

порося
ลูกหมู

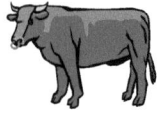

бик
วัวตัวผู้

гусак
ห่าน

качка
เป็ด

курча
ลูกไก่

курка
แม่ไก่

півень
ไก่ตัวผู้

щур
หนู

кіт
แมว

миша
หนู

віл
วัวตัวผู้สำหรับใช้แรงงานในฟาร์ม

собака
สุนัข

собача будка
บ้านสุนัข

садовий шланг
สายยางที่ใช้ในสวน

лійка
บัวรดน้ำต้นไม้

коса
เคียวด้ามยาว

плуг
คันไถ

серп
เคียว

мотика
จอบ

вила
คราด

сокира
ค้อน

тачка
รถเข็นล้อเดียว

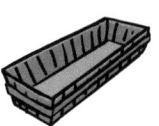

корито
รางน้ำ

бідон молока
ถังใส่นม

мішок
กระสอบ

паркан
รั้ว

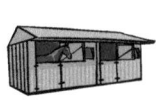

хлів
คอกม้า

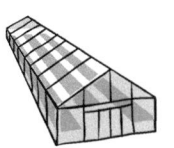

теплиця
เรือนกระจก

ґрунт
ดิน

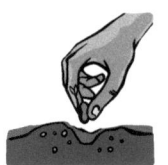

насіння
เมล็ดพืช

добриво
ปุ๋ย

комбайн
เครื่องเกี่ยวนวดข้าว

пожинати

เก็บเกี่ยว

урожай

การเก็บเกี่ยว

корінь ямсу

มันเทศ

пшениця

ข้าวสาลี

соя

ถั่วเหลือง

картопля

มันฝรั่ง

кукурудза

ข้าวโพด

ріпак

ดอกเรพซีด

плодове дерево

ต้นไม้ที่ออกผล

маніок

มันสำปะหลัง

злаки

ธัญพืช

дім
บ้าน

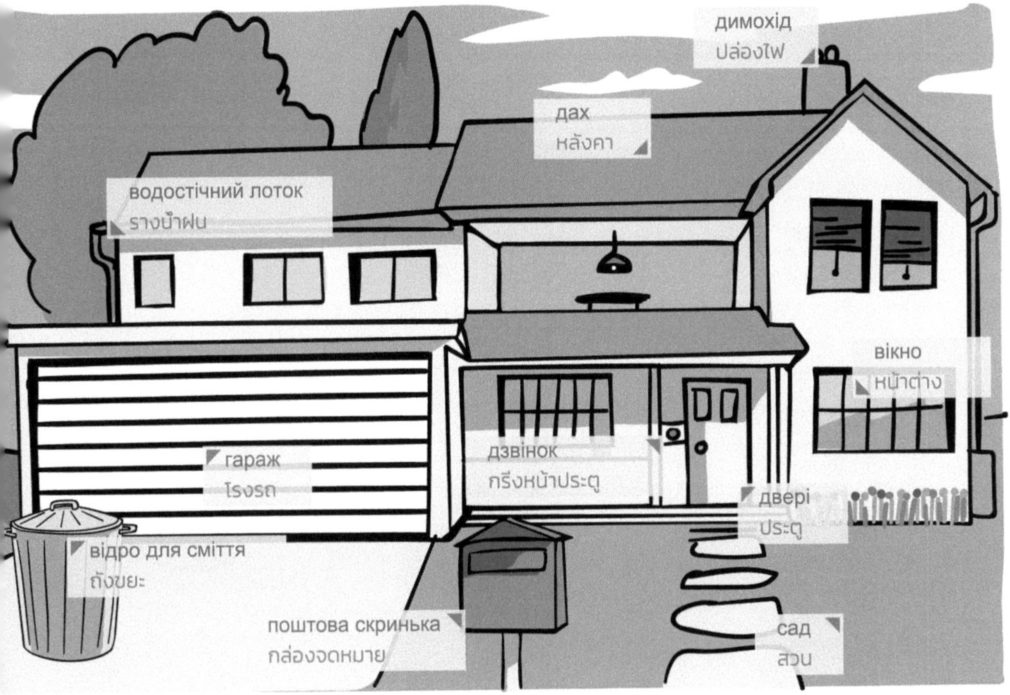

димохід
ปล่องไฟ
дах
หลังคา
водостічний лоток
รางน้ำฝน
вікно
หน้าต่าง
гараж
โรงรถ
дзвінок
กริ่งหน้าประตู
двері
ประตู
відро для сміття
ถังขยะ
поштова скринька
กล่องจดหมาย
сад
สวน

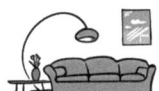

вітальня

ห้องนั่งเล่น

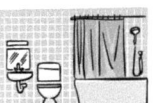

ванна кімната

ห้องน้ำ

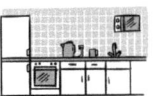

кухня

ห้องครัว

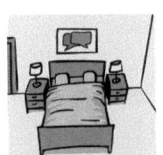

спальня

ห้องนอน

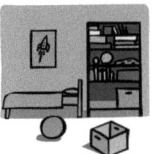

дитяча кімната

ห้องพักสำหรับเด็ก

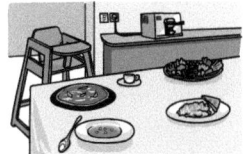

їдальня

ห้องอาหาร

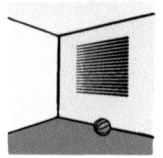

підлога

พื้น

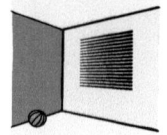

стіна

ผนัง

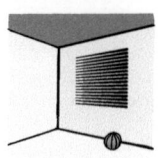

стеля

เพดาน

підвал

ห้องเก็บของใต้ดิน

сауна

ซาวน่า

балкон

ระเบียง

тераса

ลานตะพักลำน้ำ

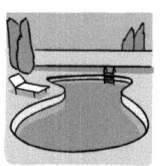

басейн

สระว่ายน้ำ

косарка

เครื่องตัดหญ้า

простирало

ผ้าปูที่นอน

ковдра

ผ้าคลุมเตียง

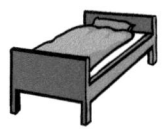

ліжко

เตียง

мітла

ไม้กวาด

відро

ถังน้ำ

перемикач

สวิตช์

вітальня
ห้องนั่งเล่น

วอลเปเปอร์
малюнок
ภาพ
лампа
โคมไฟ
поличка
шафа
ตู้
телевізор
โทรทัศน์
камін
เตาผิง
квітка
ดอกไม้
подушка
เบาะ
диван
โซฟา
ваза
แจกัน
пульт
รีโมทคอนโทรล

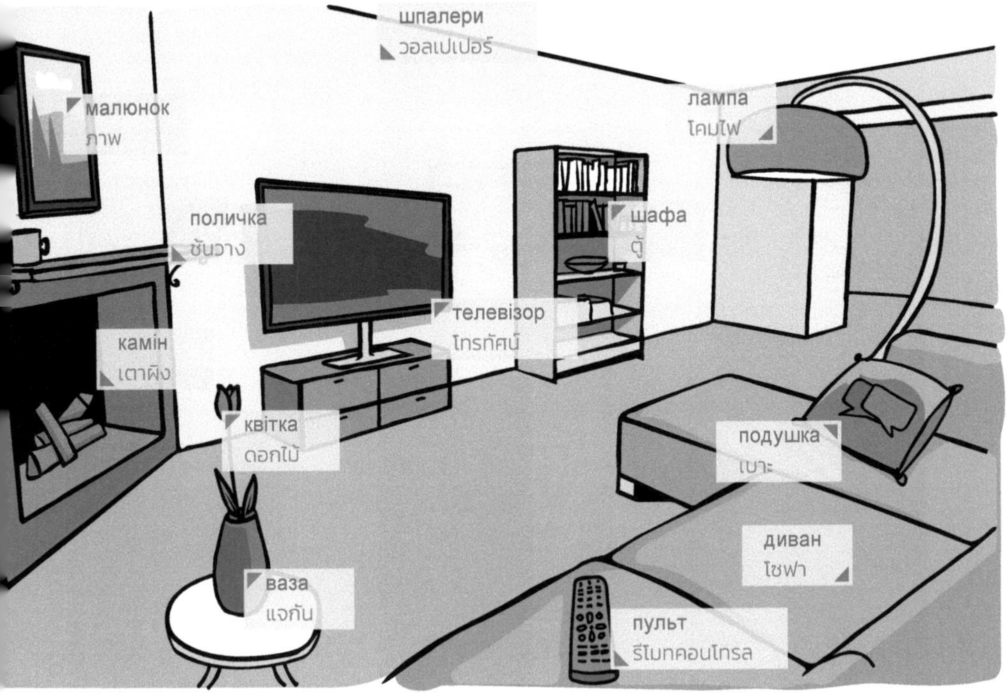

килим

พรมเช็ดเท้า

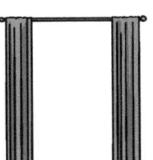

завіса

ผ้าม่าน

стіл

โต๊ะ

стілець

เก้าอี้

крісло-гойдалка

เก้าอี้โยก

крісло

เก้าอี้ที่มีที่วางแขน

книга

หนังสือ

ковдра

ผ้าห่ม

прикраса

ของตกแต่ง

дрова

ฟืน

фільм

ภาพยนตร์

стереосистема

เครื่องเสียงระบบไฮไฟ

ключ

กุญแจ

газета

หนังสือพิมพ์

картина

จิตรกรรม

плакат

โปสเตอร์

радіо

วิทยุ

блокнот

สมุด

пилосос

เครื่องดูดฝุ่น

кактус

ตะบองเพชร

свічка

เทียนไข

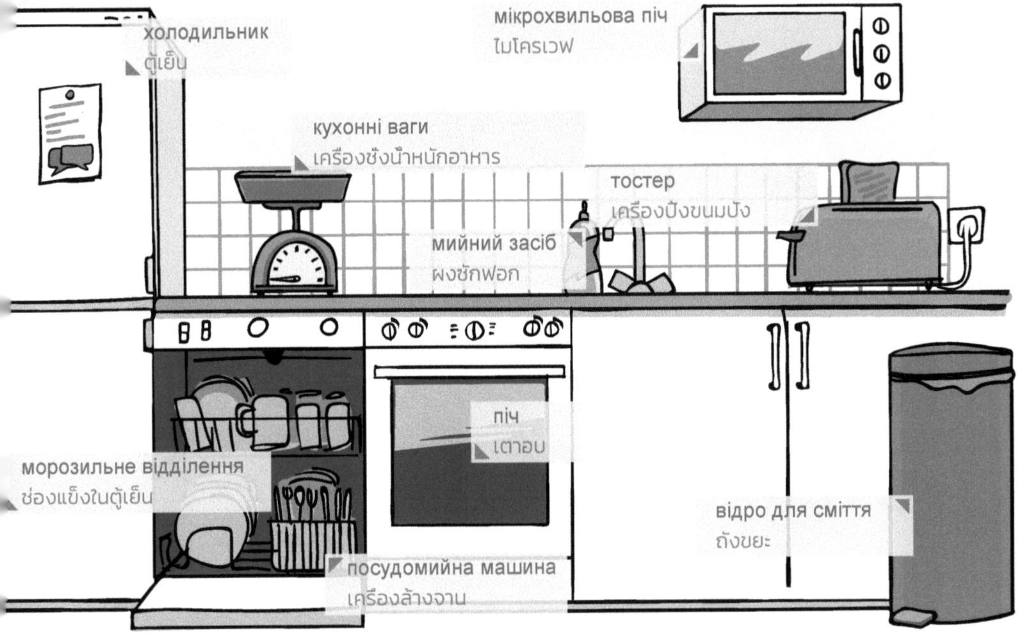

холодильник
ตู้เย็น

мікрохвильова піч
ไมโครเวฟ

кухонні ваги
เครื่องชั่งน้ำหนักอาหาร

тостер
เครื่องปิ้งขนมปัง

мийний засіб
ผงซักฟอก

піч
เตาอบ

морозильне відділення
ช่องแข็งในตู้เย็น

відро для сміття
ถังขยะ

посудомийна машина
เครื่องล้างจาน

плита

เตาปรุงอาหาร

горщик

หม้อ

чавунний горщик

หม้อเหล็กหล่อ

вок / кадай

กระทะจีน

сковорода

กระทะ

чайник

กาต้มน้ำ

пароварка

หม้อไอน้ำ

лист

ถาดอบ

посуд

เครื่องถ้วยชาม

кухоль

เหยือก

чаша

ชาม

палички для їжі

ตะเกียบ

черпак

ทัพพีด้ามยาว

лопатка

ตะหลิว

вінчик для збивання

ที่ตีไข่

сито

ที่กรอง

сито

กระชอน

терка

ที่ขูด

ступка

ครก

барбекю

บาร์บีคิว

багаття

แคมป์ไฟถาวร

дошка

เขียง

качалка

ไม้นวดแป้ง

штопор

สว่านเปิดจุกขวด

консерва

กระป๋อง

відкривачка

ที่เปิดกระป๋อง

прихватки

ถุงมือจับของร้อน

раковина

อ่างล้างจาน

щітка

แปรง

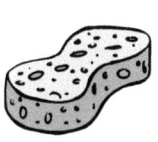

губка

ฟองน้ำ

міксер

เครื่องปั่น

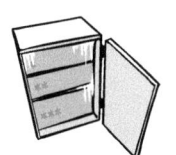

морозильна камера

ตู้แช่แข็ง

дитяча пляшка

ขวดนม

кран

ก๊อกน้ำ

ванна кімната
ห้องน้ำ

опалення
เครื่องทำความร้อน
рушник
ผ้าเช็ดมือ
душ
ฝักบัว
душова завіса
ม่านห้องน้ำ
піниста ванна
สบู่ทำฟอง
ванна
อ่างอาบน้ำ
склянка
แก้วน้ำ
пральна машина
เครื่องซักผ้า
кран
ก๊อกน้ำ
плитка
กระเบื้อง
горшок
โถส้วมสำหรับเด็ก
раковина
อ่างล้างจาน

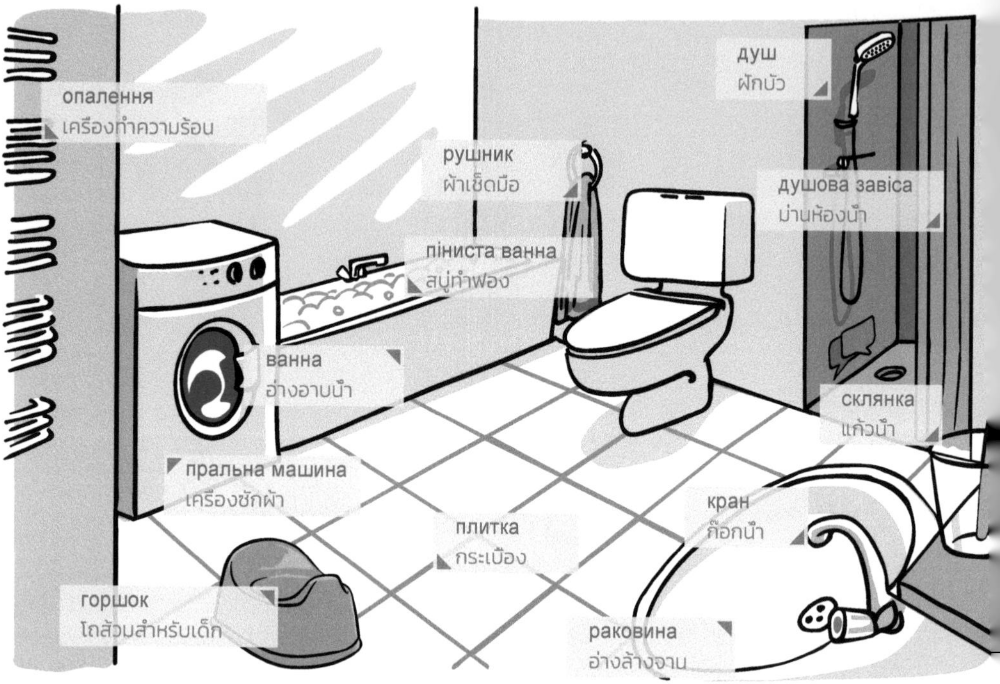

туалет
ห้องส้วม

підлоговий туалет
ส้วมนั่งยอง

біде
โถปัสสาวะหญิง

пісуар
โถปัสสาวะชาย

туалетний папір
กระดาษชำระสำหรับใช้ในห้องน้ำ

щітка для туалету
แปรงขัดห้องน้ำ

зубна щітка

แปรงสีฟัน

зубна паста

ยาสีฟัน

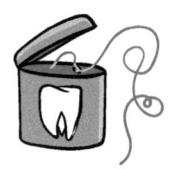

нитка для чищення зубів

ไหมขัดฟัน

мити

ล้าง

ручний душ

ฝักบัวมือ

інтимний душ

สายฉีดชำระ

таз

อ่างล้างหน้า

щітка для спини

แปรงถูหลัง

мило

สบู่

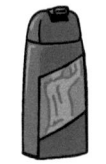

гель для душу

เจลอาบน้ำ

шампунь

แชมพู

мочалка

ผ้าสักหลาด

водостік

ท่อระบายน้ำทิ้ง

крем

ครีม

дезодорант

ผลิตภัณฑ์ระงับกลิ่นตัว

дзеркало

กระจก

косметичне дзеркало

กระจกถือ

бритва

ที่โกนหนวด

піна для гоління

โฟมโกนหนวด

лосьйон після гоління

โลชั่นบำรุงผิวหลังโกนหนวด

гребінь

หวี

щітка

แปรง

фен

ไดร์เป่าผม

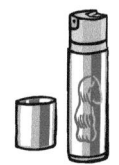

лак для волосся

สเปรย์ฉีดผม

косметика

ชุดเครื่องสำอาง

губна помада

ลิปสติก

лак для нігтів

น้ำยาทาเล็บ

вата

สำลี

ножиці для нігтів

กรรไกรตัดเล็บ

парфум

น้ำหอม

косметичка

กระเป๋าอาบน้ำ

табурет

เก้าอี้สามขา

ваги

เครื่องชั่งน้ำหนัก

халат

เสื้อคลุมอาบน้ำ

гумові рукавички

ถุงมือยาง

тампон

ผ้าอนามัยแบบสอด

гігієнічні прокладки

ผ้าอนามัย

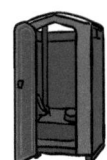

біотуалет

ส้วมเคมี

дитяча кімната

ห้องพักสำหรับเด็ก

будильник
นาฬิกาปลุก
м'яка іграшка
ของเล่นน่ารักน่ากอด
іграшковий автомобіль
รถยนต์ของเล่น
брязкальце
ของเล่นประเภทเขย่าแล้วมีเสียง
ляльковий будиночок
บ้านตุ๊กตา
подарунок
ของขวัญ

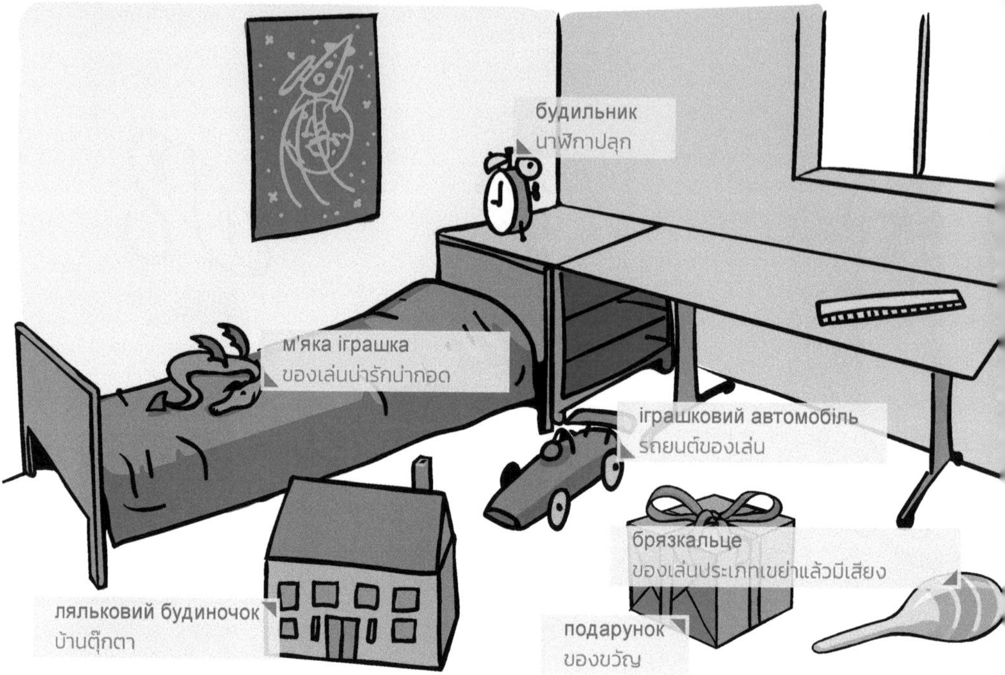

повітряна кулька
ลูกโป่ง

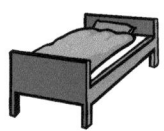

ліжко
เตียง

дитячий візок
รถเข็นเด็ก

картярська гра
สำรับไพ่

пазл
จิ๊กซอว์

комікс
หนังสือการ์ตูน

лего цеглинки

ตัวต่อเลโก้

блоки

บล็อกของเล่น

іграшкова фігурка

ฟิกเกอร์แบบขยับท่าทางได้

повзунки

เสื้อผ้าทารก

фризбі

จานร่อน

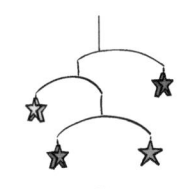

мобіле

โมบายแขวนหัวเตียงเด็ก

настільна гра

เกมกระดาน

кубик

ลูกเต๋า

модель залізнична станція

ชุดรถไฟจำลอง

соска

หุ่น

вечірка

ปาร์ตี้

книжка з картинками

หนังสือภาพ

м'яч

ลูกบอล

лялька

ตุ๊กตา

грати

เล่น

пісочниця

หลุมทราย

гойдалка

ชิงช้า

іграшка

ของเล่น

гральна консоль

เครื่องเล่นวิดีโอเกม

триколісний велосипед

รถจักรยานสามล้อ

плюшевий мішка

ตุ๊กตาหมี

шафа

ตู้เสื้อผ้า

ОДЯГ
เสื้อผ้า

шкарпетки

ถุงเท้า

панчохи

ถุงน่อง

колготки

กางเกงรัดรูป

шарф
ผ้าพันคอ

парасоля
ร่ม

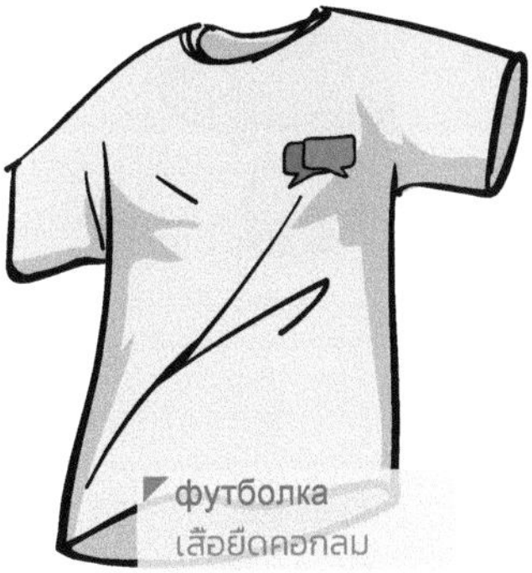

футболка
เสื้อยืดคอกลม

ремінь
เข็มขัด

чоботи
ร้องเท้าบูท

домашнє взуття
รองเท้าสวมเดินในบ้าน

кросівки
รองเท้ากีฬา

сандалі

รองเท้าแตะ

взуття

รองเท้า

гумові чоботи

ร้องเท้าบูทยาง

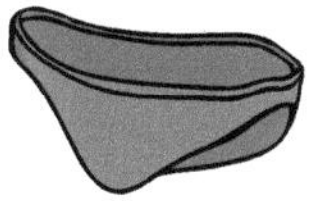

труси

กางเกงชั้นใน

бюстгальтер

ยกทรง

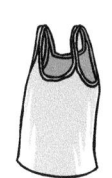

нижня сорочка

เสื้อกล้าม

боді

เสื้อรัดรูป

штани

กางเกงขายาว

джинси

กางเกงยีน

спідниця

กระโปรง

блузка

เสื้อเชิ้ตสตรี

сорочка

เสื้อเชิ้ต

пуловер

เสื้อกันหนาว

светр

เสื้อคลุมมีหมวก

піджак

เสื้อเบลเซอร์

куртка

เสื้อแจ็กเก็ต

пальто

เสื้อโค้ท

дощовик

เสื้อกันฝน

костюм

เครื่องแต่งกาย

сукня

ชุดเดรส

весільна сукня

ชุดแต่งงาน

костюм

เสื้อสูท

нічна сорочка

ชุดราตรี

піжама

ชุดนอน

сарі

ผ้าส่าหรี

головна хустка

ฮิญาบ

чалма

ผ้าโพกศีรษะ

бурка

เสื้อบุรฺเกาะ

кафтан

เสื้อคลุมคาฟตาน

абая

เสื้อคลุมอบายะห์

купальник

ชุดว่ายน้ำ

плавки

กางเกงว่ายน้ำ

шорти

กางเกงขาสั้น

тренувальний костюм

ชุดวอร์ม

фартух

ผ้ากันเปื้อน

рукавички

ถุงมือ

гудзик

กระดุม

окуляри

แว่นตา

браслет

กำไลข้อมือ

ланцюг

สร้อยคอ

кільце

แหวน

сережка

ต่างหู

шапка

หมวกแก๊ป

плічка

ทีแขวนเสือโค้ท

капелюх

หมวกปีกกว้าง

краватка

เนคไท

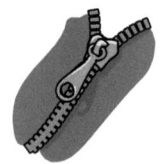

застібка-блискавка

ซิป

шолом

หมวกกันน็อก

підтяжки

สายโยงกางเกง

шкільна форма

ชุดนักเรียน

уніформа

เครืองแบบ

48 **одяг - เสือผ้า**

нагрудник

ผ้ากันเปื้อนเด็ก

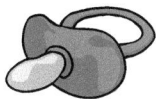

соска

หุ่น

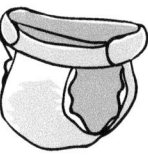

підгузок

ผ้าอ้อม

офіс

สำนักงาน

сервер
เซิร์ฟเวอร์
шаф для документів
ตู้เก็บเอกสาร
принтер
ปริ้นเตอร์/เครื่องพิมพ์
папір
กระดาษ
монітор
หน้าจอ
миша
เมาส์
письмовий стіл
โต๊ะทำงาน
папка
แฟ้ม
синтезатор
แป้นพิมพ์
ик для паперу
าใส่เศษกระดาษทีไม่ใช้แล้ว
стілець
เก้าอี้
комп'ютер
คอมพิวเตอร์

кавовий кухоль

แก้วมัคใส่กาแฟ

калькулятор

เครื่องคิดเลข

інтернет

อินเตอร์เน็ต

ноутбук

คอมพิวเตอร์แบบพกพา

лист

จดหมาย

повідомлення

ข้อความ

мобільний телефон

โทรศัพท์มือถือ

мережа

เครือข่าย

копіювальний пристрій

เครื่องถ่ายเอกสาร

програмне забезпечення

ซอฟต์แวร์

телефон

โทรศัพท์

розетка

ปลั๊กตัวเมีย/เต้าเสียบ

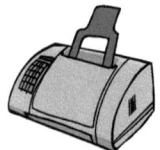

факс

เครื่องแฟกซ์

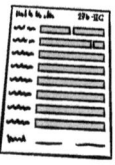

бланк

แบบฟอร์ม

документ

เอกสาร

купувати

ซื้อ

платити

จ่าย

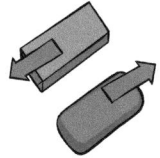

торгувати

แลกเปลี่ยน

гроші

เงิน

долар

ดอลลาร์

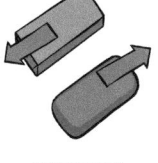

євро

ยูโร

ієна

เยน

рубль

รูเบิล

франк

ฟรังก์สวิส

юанів женьміньбі

หยวนเหรินหมินปี้

рупія

รูปี

банкомат

เครื่องสำหรับกดเงินสดจากธนาคาร

обмінний пункт

สำนักงานแลกเปลี่ยนเงินตรา

золото

ทอง

срібло

เงิน

нафта

น้ำมัน

енергія

พลังงาน

ціна

ราคา

контракт

สัญญา

податок

ภาษี

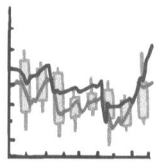

акція

หุ้น

працювати

ทำงาน

працівник

ลูกจ้าง

роботодавець

นายจ้าง

фабрика

โรงงาน

магазин

ร้านค้า

професії

อาชีพ

เจ้าหน้าที่ตำรวจ
пожежник
พนักงานดับเพลิง
повар
พ่อครัว
лікар
หมอ
пілот
นักบิน

садівник

ชาวสวน

столяр

ช่างไม้

швачка

ช่างเย็บผ้าที่เป็นผู้หญิง

суддя

ผู้พิพากษา

хімік

นักเคมี

актор

นักแสดงชาย

водій автобуса

คนขับรถประจำทาง

таксист

คนขับรถแท็กซี่

рибалка

ชาวประมง

прибиральниця

แม่บ้านทำความสะอาด

покрівельник

ช่างมุงหลังคา

офіціант

บริกรชาย

мисливець

นายพราน

художник

จิตรกร

пекар

คนทำขนมปัง

електрик

ช่างไฟฟ้า

будівельник

ช่างก่อสร้าง

інженер

วิศวกร

забійник

คนขายเนื้อ

бляхар

ช่างประปา

листоноша

บุรุษไปรษณีย์

солдат

ทหาร

архітектор

สถาปนิก

касир

พนักงานจ่ายเงิน

флорист

คนขายดอกไม้

перукар

ช่างทำผม

кондуктор

พนักงานตรวจตั๋ว

механік

ช่างซ่อมรถยนต์

капітан

กัปตัน

дантист

ทันตแพทย์

вчений

นักวิทยาศาสตร์

рабин

แรบไบ

імам

อิหม่าม

монах

พระ

пастор

พระ/นักบวช

інструменти

เครื่องมือ

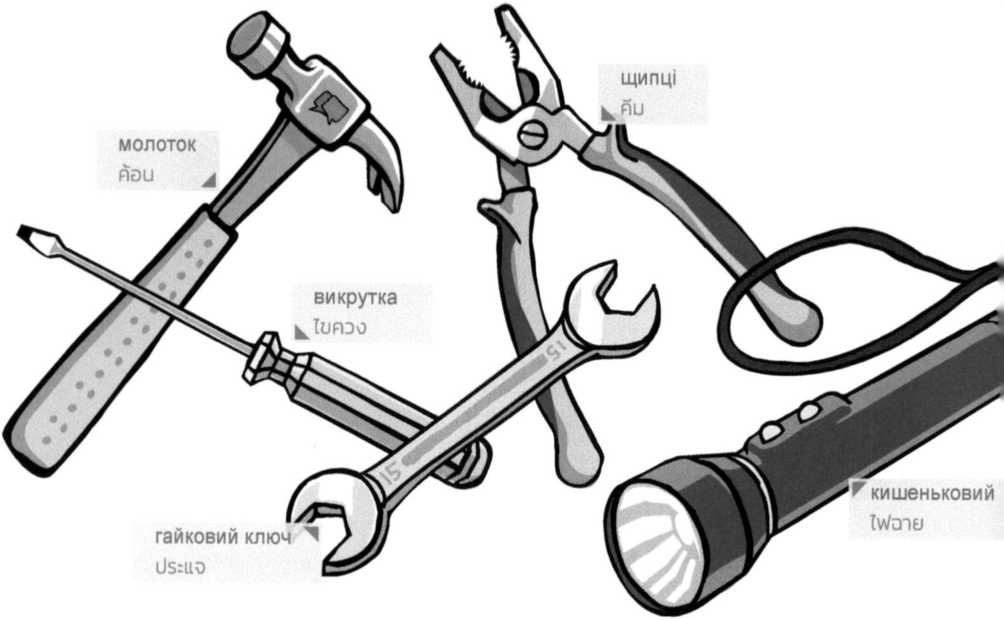
щипці
คีม
молоток
ค้อน
викрутка
ไขควง
кишеньковий
ไฟฉาย
гайковий ключ
ประแจ

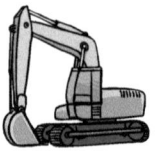

екскаватор

เครื่องขุด

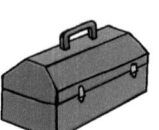

ящик для інструментів

กล่องเครื่องมือ

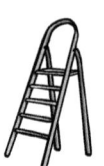

драбина

กระได

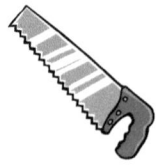

пилка

เลื่อย

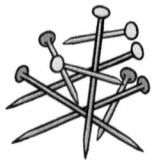

цвяхи

ตะปู

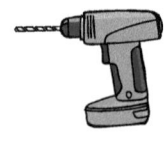

свердло

สว่าน

ремонтувати
ซ่อมแซม

лопата
พลั่ว

лайно!
ตายห่า!

совок
ที่โกยขยะ

відро з фарбою
ถังสี

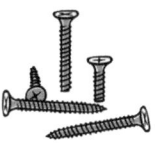

гвинти
สกรู

музичні інструменти
เครื่องดนตรี

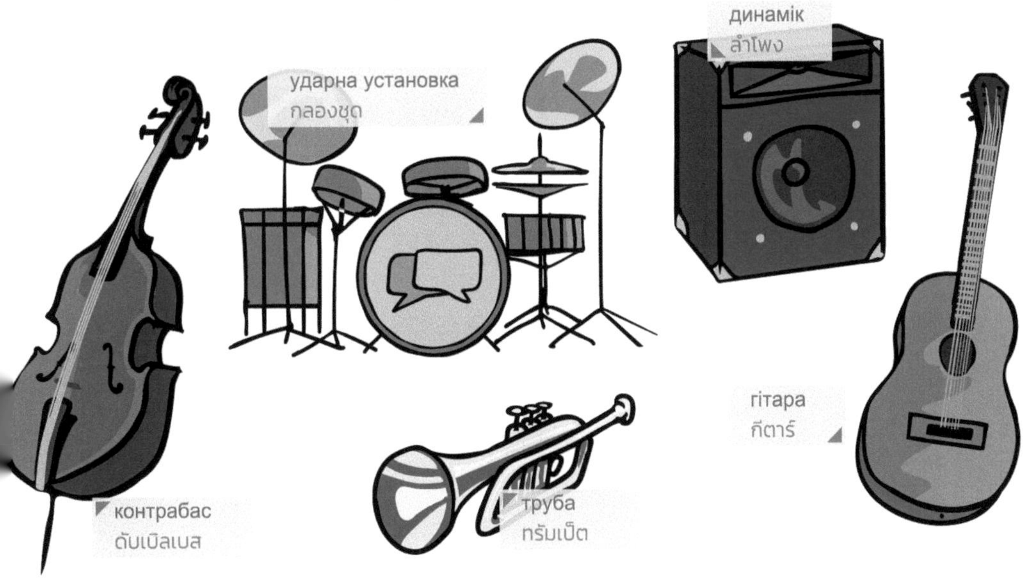

динамік
ลำโพง

ударна установка
กลองชุด

гітара
กีตาร์

контрабас
ดับเบิลเบส

труба
ทรัมเป็ต

фортепіано

เปียโน

скрипка

ไวโอลิน

бас

เบส

литаври

กลองทิมปานี

барабан

กลอง

клавіатура

คีย์บอร์ด

саксофон

แซ็กโซโฟน

флейта

ฟลูต

мікрофон

ไมโครโฟน

вхід
ทางเข้า

тигр
เสือ

клітка
กรง

зебра
ม้าลาย

корм
อาหารสัตว์

панда
หมีแพนด้า

тварини

สัตว์

слон

ช้าง

кенгуру

จิงโจ้

носоріг

แรด

горила

กอริลล่า

ведмідь

หมี

верблюд

อูฐ

страус

นกกระจอกเทศ

лев

สิงโต

мавпа

ลิง

фламінго

นกฟลามิงโก

папуга

นกแก้ว

білий ведмідь

หมีขั้วโลก

пінгвін

เพนกวิน

акула

ฉลาม

павич

นกยูง

змія

งู

крокодил

จระเข้

працівник зоопарку

ผู้ดูแลสัตว์

тюлень

แมวน้ำ

ягуар

เสือจากัวร์

зоопарк - สวนสัตว์

поні

ม้าพันธุ์เล็ก

леопард

เสือดาว

гіпопотам

ฮิปโป

жираф

ยีราฟ

орел

เหยียว

кабан

หมูป่าตัวผู้

риба

ปลา

черепаха

เต่า

морж

ช้างน้ำ

лисиця

จิ้งจอก

газель

กาเซลล์

спорт

กีฬา

американський футбол
อเมริกันฟุตบอล
їзда на велосипеді
ขี่จักรยาน
теніс
เทนนิส
баскетбол
บาสเกตบอล
плавання
ว่ายน้ำ
бокс
มวย
хокей
ฮอคกี้น้ำแข็ง

футбол

ฟุตบอล

бадмінтон

แบดมินตัน

легка атлетика

กรีฑา

гандбол

แฮนด์บอล

лижні перегони

สกี

поло

กีฬาโปโลน้ำ

стрибати
กระโดด

обіймати
กอด

сміятися
หัวเราะ

йти
เดิน

співати
ร้องเพลง

мріяти
ฝัน

молитися
ภาวนา/สวดมนต์

цілувати
จูบ

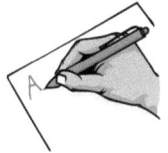

писати

เขียน

малювати

วาดภาพ

показувати

แสดง

тиснути

ผลัก

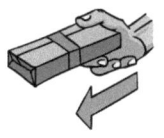

давати

ให้

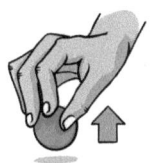

брати

เอาไป

мати

มี

робити

ทำ

бути

เป็น

стояти

ยืน

бігати

วิ่ง

тягнути

ดึง

кидати

โยน

падати

ตก/หล่น

лежати

นอนเหยียดยาว

очікувати

รอคอย

носити

ถือ

сидіти

นั่ง

одягати

แต่งตัว

спати

นอนหลับ

просипатися

ตื่น

дивитися

มองดู

плакати

ร้องไห้

гладити

ลูบ

розчісувати

หวีผม

розмовляти

พูดคุย

розуміти

เข้าใจ

питати

ถาม

слухати

ฟัง

пити

ดื่ม

їсти

กิน

прибирати

จัดให้เป็นระเบียบ

любити

รัก

варити

ทำอาหาร

їхати

ขับรถ

літати

บิน

йти під вітрилом

ล่องเรือ

рахувати

คำนวณ

читати

อ่าน

вчитися

เรียนรู้

працювати

ทำงาน

одружуватися

แต่งงาน

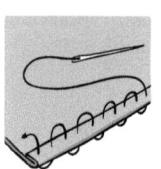

шити

เย็บ

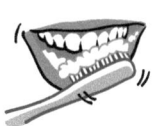

чистити зуби

แปรงฟัน

убивати

ฆ่า

курити

สูบบุหรี่

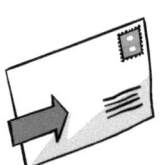

посилати

ส่ง

сім'я

ครอบครัว

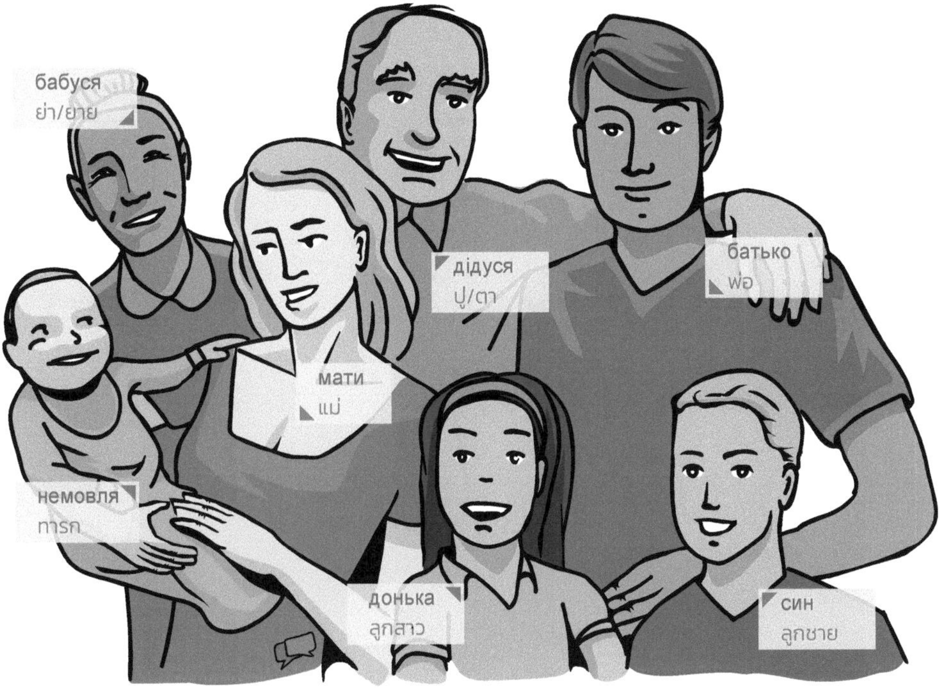

бабуся
ย่า/ยาย
дідуся
ปู่/ตา
батько
พ่อ
мати
แม่
немовля
ทารก
донька
ลูกสาว
син
ลูกชาย

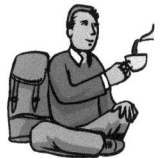

гість

แขก

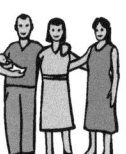

тітка

ป้า

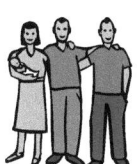

дядько

ลุง

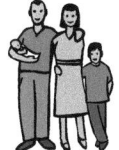

брат

พี่ชาย/น้องชาย

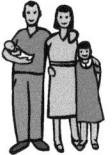

сестра

พี่สาว/น้องสาว

тіло

ร่างกาย

чоло
หน้าผาก
око
ตา
плече
ไหล่
палець
นิ้วมือ
обличчя
ใบหน้า
підборіддя
คาง
кисть
มือ
груди
หน้าอก
нога
ขา
рука
แขน

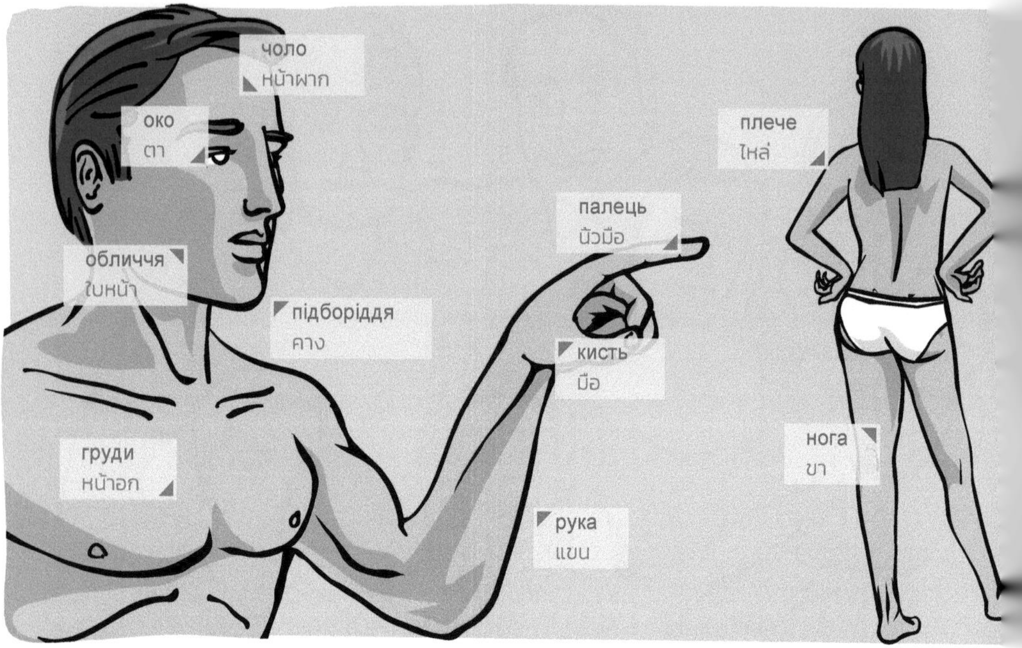

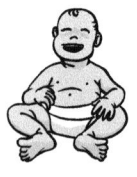

немовля

ทารก

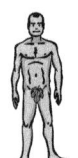

чоловік

ผู้ชาย

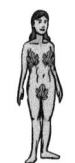

жінка

ผู้หญิง

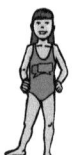

дівчина

เด็กผู้หญิง

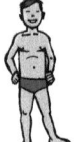

хлопчик

เด็กผู้ชาย

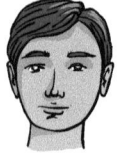

голова

ศีรษะ

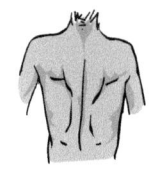

спина

หลัง

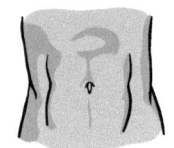

живіт

ท้อง

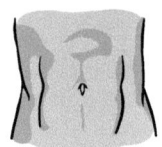

пуп

สะดือ

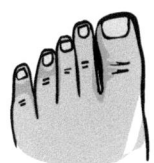

палець ноги

นิ้วเท้า

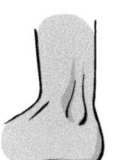

п'ята

ส้นเท้า

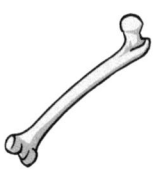

кістка

กระดูก

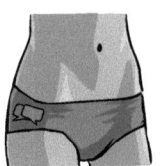

стегно

สะโพก

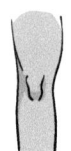

коліно

หัวเข่า

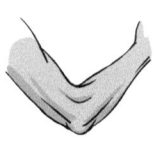

лікоть

ข้อศอก

ніс

จมูก

сідниці

ก้น

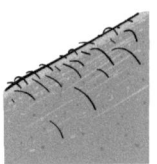

шкіра

ผิวหนัง

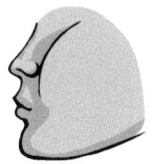

щока

แก้ม

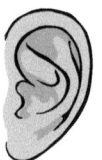

вухо

หู

губа

ริมฝีปาก

тіло - ร่างกาย

69

рот

ปาก

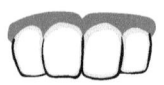

зуб

ฟัน

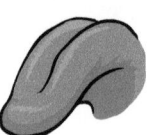

язик

ลิ้น

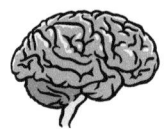

мозок

สมอง

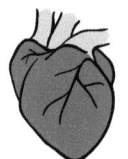

серце

หัวใจ

м'яз

กล้ามเนื้อ

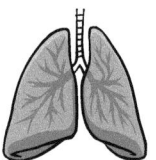

легені

ปอด

печінка

ตับ

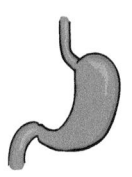

шлунок

กระเพาะ

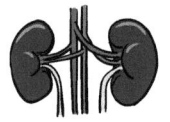

нирки

ไต

статевий акт

เพศสัมพันธ์

презерватив

ถุงยาง

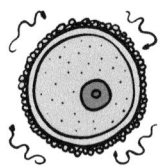

яйцеклітина

เซลล์ไข่

сперма

น้ำอสุจิ

вагітність

การตั้งครรภ์

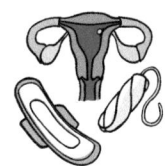

менструація

ประจำเดือน

вагіна

ช่องคลอด

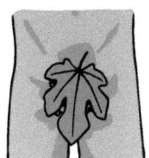

пеніс

องคชาต

брова

คิ้ว

волосся

เส้นผม

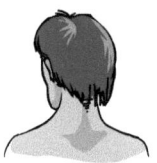

шия

คอ

лікарня

โรงพยาบาล

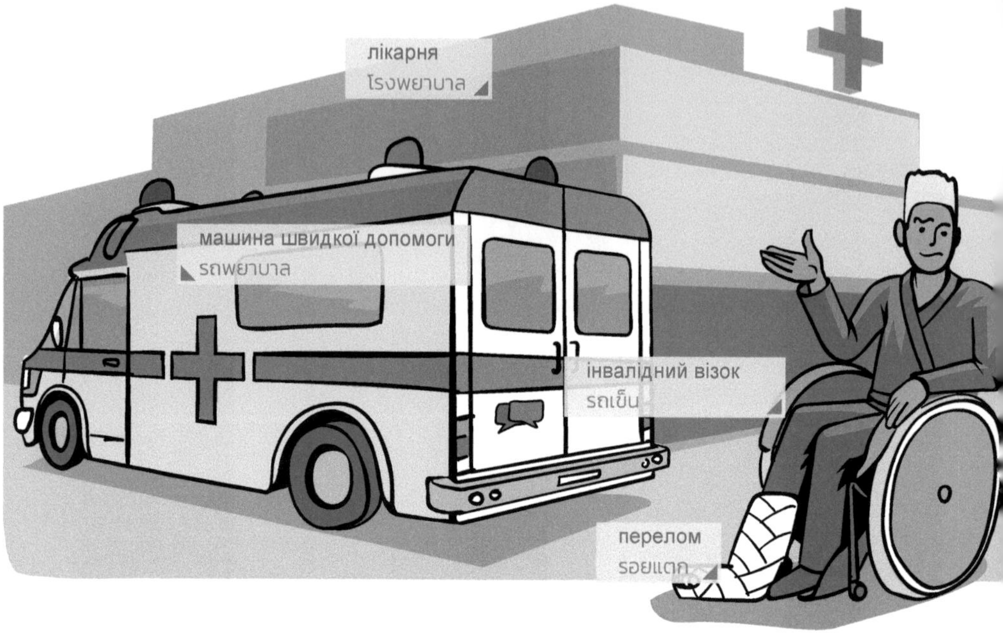

โรงพยาบาล
машина швидкої допомоги
รถพยาบาล
інвалідний візок
รถเข็น
перелом
รอยแตก

лікар
หมอ

відділення швидкої медичної допомоги
ห้องฉุกเฉิน

медсестра
พยาบาล

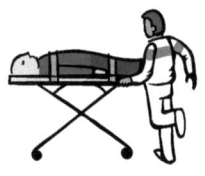

аварійний випадок
ฉุกเฉิน

непритомний
หมดสติ

біль
อาการเจ็บปวด

травма
การบาดเจ็บ

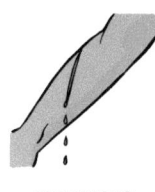

кровотеча
เลือดไหล

інфаркт
หัวใจวาย

інсульт
โรคหลอดเลือดในสมอง

алергія
โรคภูมิแพ้

кашель
ไอ

лихоманка
ไข้

грип
ไข้หวัด

пронос
ท้องเสีย

головна біль
การปวดหัว

рак
มะเร็ง

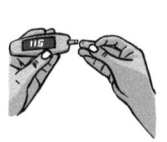

діабет
โรคเบาหวาน

хірург
ศัลยแพทย์

скальпель
มีดผ่าตัด

операція
การผ่าตัด

КТ

เครื่องเอกซเรย์คอมพิวเตอร์ความเร็วสูง

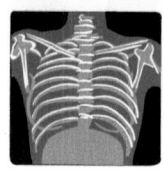

рентген

เอกซเรย์

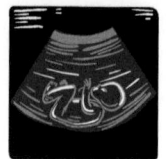

ультразвук

อัลตราซาวด์

маска

หน้ากากอนามัย

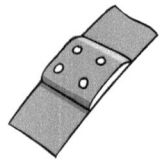

хвороба

โรค

зал очікування

ห้องรอตรวจ

милиця

ไม้เท้า

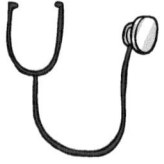

пластир

ปลาสเตอร์ยา

пов'язка

ผ้าพันแผล

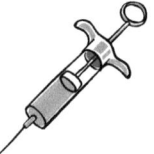

ін'єкція

ฉีดยา

стетоскоп

เครื่องฟังตรวจ

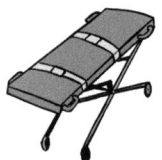

ноші

เปลหาม

термометр

ปรอทวัดไข้

народження

การเกิด

надмірна вага

น้ำหนักเกิน

слуховий апарат

เครื่องช่วยฟัง

дезінфікуючий засіб

สารฆ่าเชื้อ

інфекція

การติดเชื้อ

вірус

ไวรัส

ВІЛ / СНІД

เอชไอวี/เอดส์

медицина

ยา

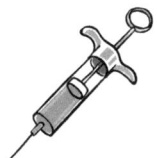

вакцинація

การฉีดวัคซีน

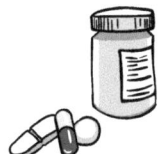

таблетки

ยาเม็ด

протизаплідна пігулка

ยาเม็ดกลม

екстрений виклик

โทรออกฉุกเฉิน

тонометр

เครื่องวัดความดันโลหิต

хворий / здоровий

ป่วย/ สุขภาพดี

аварійний випадок

ฉุกเฉิน

Допоможіть!

ช่วยด้วย!

сигнал тривоги

สัญญาณเตือนภัย

напад

การทำร้าย

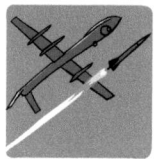

атака

การโจมตี

небезпека

อันตราย

аварійний вихід

ทางออกฉุกเฉิน

Вогонь!

ไฟไหม้!

вогнегасник

ถังดับเพลิง

аварія

อุบัติเหตุ

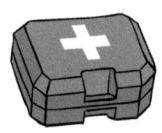

аптечка

ชุดปฐมพยาบาลเบื้องต้น

СОС

สัญญาณขอความช่วยเหลือ

поліція

ตำรวจ

Земля
โลก

Європа

ยุโรป

Північна Америка

อเมริกาเหนือ

Південна Америка

อเมริกาใต้

Африка

แอฟริกา

Азія

เอเชีย

Австралія

ออสเตรเลีย

Атлантика

แอตแลนติก

Тихий океан

แปซิฟิก

Індійський океан

มหาสมุทรอินเดีย

Антарктичний океан

มหาสมุทรแอนตาร์กติก

Північний Льодовитий океан

มหาสมุทรอาร์กติก

Північний полюс

ขั้วโลกเหนือ

Південний полюс
ขั้วโลกใต้

Антарктика
แอนตาร์กติกา

Земля
โลก

суша
พื้นดิน

море
ทะเล

острів
เกาะ

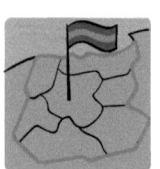

нація
ชาติ/ประชาชาติ

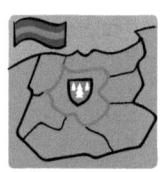

держава
รัฐ

ГОДИННИК
นาฬิกา

циферблат

หน้าปัดนาฬิกา

годинникова стрілка

เข็มชั่วโมง

хвилинна стрілка

เข็มนาที

секундна стрілка

เข็มวินาที

Котра година?

กี่โมงแล้ว?

день

วัน

час

เวลา

зараз

ตอนนี้

цифровий годинник

นาฬิกาดิจิตอล

хвилина

นาที

година

ชั่วโมง

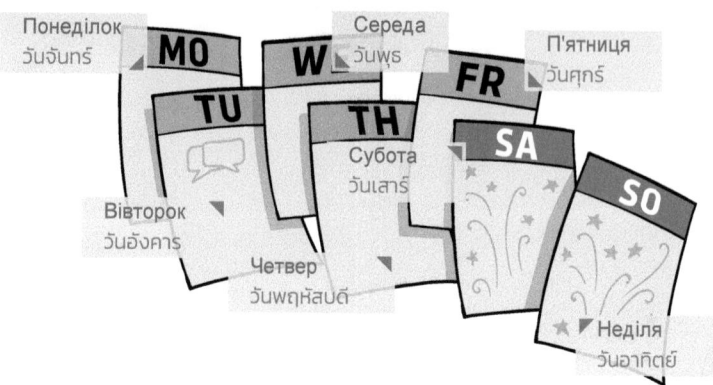

тиждень
สัปดาห์

Понеділок
วันจันทร์
Вівторок
วันอังคาร
Середа
วันพุธ
Четвер
วันพฤหัสบดี
П'ятниця
วันศุกร์
Субота
วันเสาร์
Неділя
วันอาทิตย์

вчора
เมื่อวาน

сьогодні
วันนี้

завтра
พรุ่งนี้

ранок
ตอนเช้า

опівдні
ตอนเที่ยง

вечір
ตอนเย็น

робочі дні
วันทำการ

кінець робочого тижня
วันสุดสัปดาห์

дощ
ฝนตก

веселка
รุ้งกินน้ำ

снíг
หิมะ

вітер
ลม

весна
ฤดูใบไม้ผลิ

осінь
ฤดูใบไม้ร่วง

літо
ฤดูร้อน

зима
ฤดูหนาว

4.APRIL	11°	☀
5.APRIL	4°	⛅
6.APRIL	13°	🌧
7.APRIL	8°	☀
8.APRIL	10°	☀

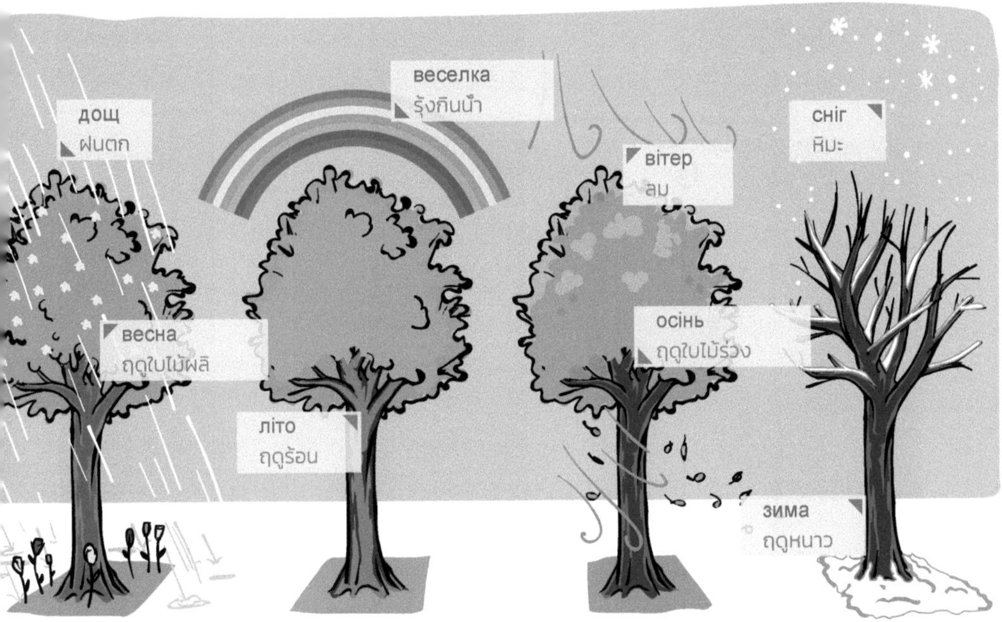

прогноз погоди

การพยากรณ์อากาศ

термометр

เครื่องวัดอุณหภูมิ

сонячне світло

แสงแดด

хмара

ก้อนเมฆ

туман

หมอก

вологість повітря

ความชื้น

блискавка

ฟ้าแลบ/ฟ้าผ่า

грім

ฟ้าร้อง

шторм

พายุ

град

ลูกเห็บ

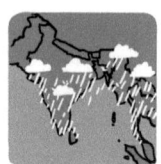

мусон

ลมมรสุม

повінь

น้ำท่วม

лід

น้ำแข็ง

Січень

มกราคม

Лютий

กุมภาพันธ์

Березень

มีนาคม

Квітень

เมษายน

Травень

พฤษภาคม

Червень

มิถุนายน

Липень

กรกฎาคม

Серпень

สิงหาคม

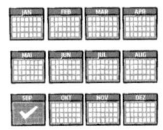

Вересень
....
กันยายน

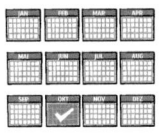

Жовтень
....
ตุลาคม

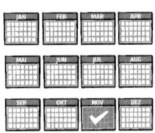

Листопад
....
พฤศจิกายน

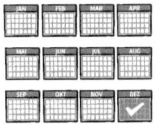

Грудень
....
ธันวาคม

форми
รูปร่าง

круг
....
วงกลม

квадрат
....
สี่เหลี่ยม

прямокутник
....
สี่เหลี่ยมผืนผ้า

трикутник
....
สามเหลี่ยม

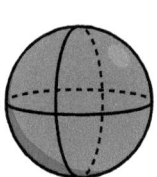

куля
....
ทรงกลม

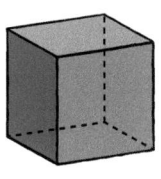

куб
....
ลูกบาศก์

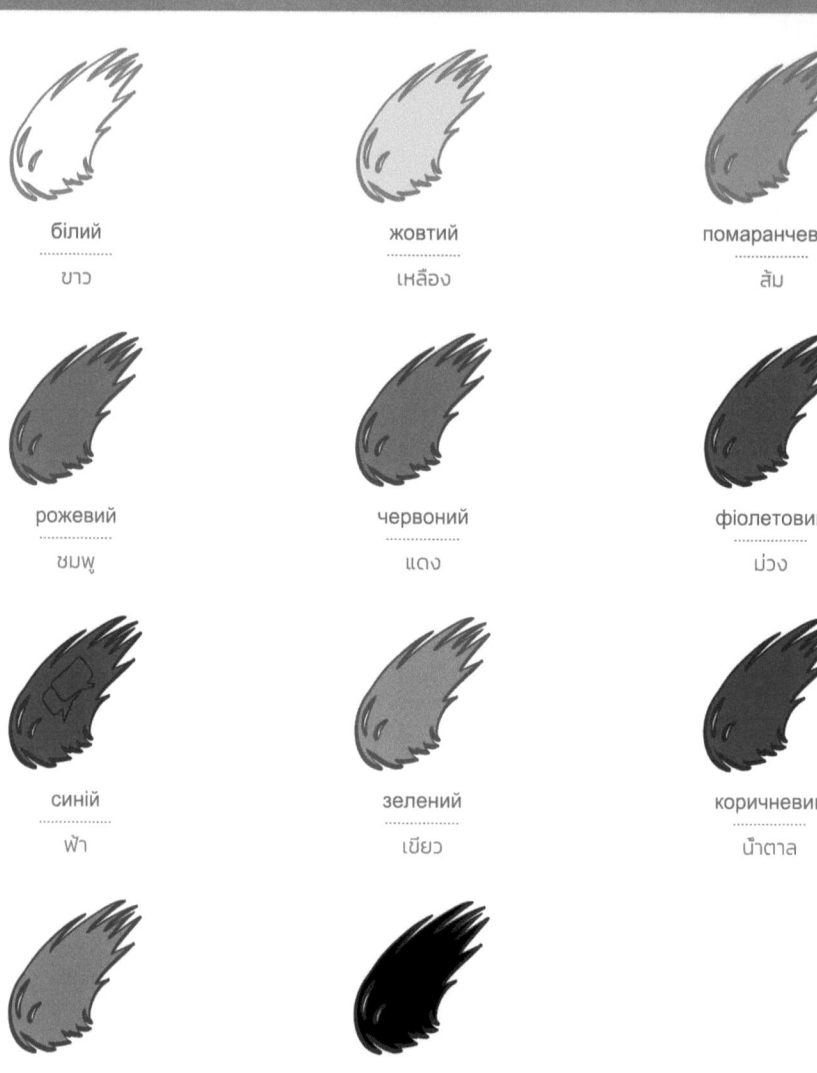

фарби

สี

білий

ขาว

жовтий

เหลือง

помаранчевий

ส้ม

рожевий

ชมพู

червоний

แดง

фіолетовий

ม่วง

синій

ฟ้า

зелений

เขียว

коричневий

น้ำตาล

сірий

เทา

чорний

ดำ

протилежності

ตรงกันข้าม

багато / мало

มาก/ น้อย

лютий / мирний

ฉุนเฉียว/ สงบ

гарний / бридкий

สวยงาม/ น่าเกลียด

початок / кінець

เริ่มต้น/ จบ

великий / малий

ใหญ่/ เล็ก

світлий / темний

สว่าง/ มืด

брат / сестра

องชาย,พี่ชาย/ น้องสาว,พี่สาว

чистий / брудний

สะอาด/ สกปรก

завершений / незавершений

สมบูรณ์/ ไม่สมบูรณ์

день / ніч

กลางวัน/ กลางคืน

мертвий / живий

ตาย/ มีชีวิต

широкий / вузький

กว้าง/ แคบ

їстівний / неїстівний

กินได้/ กินไม่ได้

злий / дружній

ชั่วร้าย/ ใจดี

збуджений / нудьгуючий

น่าตื่นเต้น/ น่าเบื่อ

товстий / тонкий

อ้วน/ ผอม

спочатку / востаннє

อย่างแรก/ สุดท้าย

друг / ворог

เพื่อน/ ศัตรู

повний / порожній

เต็ม/ ว่างเปล่า

жорсткий / м'який

แข็ง/ นุ่ม

важкий / легкий

หนัก/ เบา

голод / спрага

หิว/ กระหายน้ำ

хворий / здоровий

ป่วย/ สุขภาพดี

незаконний / законний

ผิดกฎหมาย/ ถูกกฎหมาย

розумний / дурний

ฉลาด/ โง่

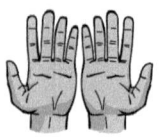

вліво / вправо

ซ้าย/ ขวา

поруч / далеко

ใกล้/ ไกล

овий / використаний

ใหม่ / ใช้แล้ว

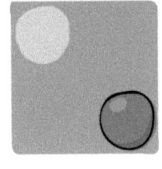

нічого / щось

ไม่มี / บางสิ่งบางอย่าง

старий / молодий

แก่ / หนุ่ม

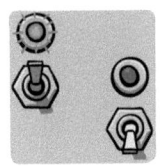

вкл / викл

เปิด / ปิด

відкрито / закрито

เปิด / ปิด

тихо / гучно

เงียบ / ดัง

багатий / бідний

รวย / จน

правильно / неправильно

ถูก / ผิด

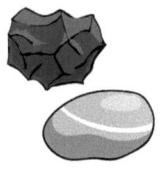

шорсткий / гладкий

ขรุขระ / เรียบ

сумний / щасливий

เศร้า / ดีใจ

короткий / довгий

สั้น / ยาว

повільно / швидко

ช้า / เร็ว

вологий / сухий

เปียก / แห้ง

гарячий / холодний

อบอุ่น / หนาวเย็น

війна / мир

สงคราม / สันติภาพ

числа
เลข/จำนวน

0	**1**	**2**
нуль	один	два
ศูนย์	หนึ่ง	สอง
3	**4**	**5**
три	чотири	п'ять
สาม	สี่	ห้า
6	**7**	**8**
шість	сім	вісім
หก	เจ็ด	แปด
9	**10**	**11**
дев'ять	десять	одинадцять
เก้า	สิบ	สิบเอ็ด

12

дванадцять

สิบสอง

13

тринадцять

สิบสาม

14

чотирнадцять

สิบสี่

15

п'ятнадцять

สิบห้า

16

шістнадцять

สิบหก

17

сімнадцять

สิบเจ็ด

18

вісімнадцять

สิบแปด

19

дев'ятнадцять

สิบเก้า

20

двадцять

ยี่สิบ

100

сто

หนึ่งร้อย

1.000

тисяча

หนึ่งพัน

1.000.000

мільйон

หนึ่งล้าน

МОВИ

ภาษา

англійська

ภาษาอังกฤษ

американська англійська

ภาษาอังกฤษแบบอเมริกัน

китайська високочиновницька

ภาษาจีนแมนดาริน

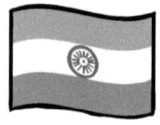

хінді

ภาษาฮินดี

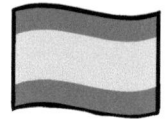

іспанська

ภาษาสเปน

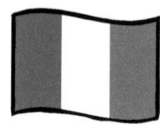

французька

ภาษาฝรั่งเศส

арабська

ภาษาอาหรับ

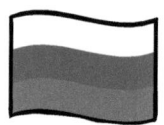

російська

ภาษารัสเซีย

португальська

ภาษาโปรตุเกส

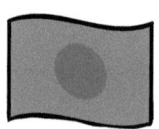

бенгальська

ภาษาเบงกอล

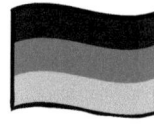

німецька

ภาษาเยอรมัน

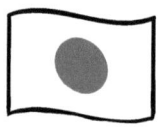

японська

ภาษาญี่ปุ่น

хто / що / як
ใคร / อะไร / อย่างไร

я

ฉัน

ти

เธอ

він / вона / воно

เขา / หล่อน / มัน

ми

พวกเรา

ви

พวกคุณ

вони

พวกเขา

хто?

ใคร?

що?

อะไร?

як?

อย่างไร?

де?

ที่ไหน?

коли?

เมื่อไหร่?

ім'я

ชื่อ

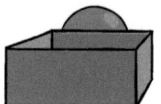

де
ทีไหน

ззаду

ข้างหลัง

в

ใน

перед

ข้างหน้า

над

เหนือ

на

บน

під

ใต้

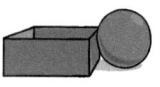

біля

ด้านข้าง

між

ระหว่าง

місце

ตำแหน่ง